100 CÔNG THỨC SINH HOẠT DETOX

SÁCH CÔNG THỨC SINH TỐ GIÚP BẠN GIẢI ĐỘC, GIẢM CÂN, TĂNG NĂNG LƯỢNG VÀ BẮT ĐẦU CUỘC SỐNG LÀNH MẠNH CỦA BẠN

KHUÊ NHƯ

Đã đăng ký Bản quyền.

Tuyên bố miễn trừ trách nhiệm

Thông tin trong Sách điện tử này nhằm phục vụ như một tập hợp toàn diện các chiến lược mà tác giả của Sách điện tử này đã thực hiện nghiên cứu. Các bản tóm tắt, chiến lược, mẹo và thủ thuật chỉ được tác giả đề xuất và việc đọc Sách điện tử này sẽ không đảm bảo rằng kết quả của bạn sẽ phản ánh chính xác kết quả của tác giả. Tác giả của sách điện tử đã thực hiện mọi nỗ lực hợp lý để cung cấp thông tin cập nhật và chính xác cho người đọc sách điện tử. Tác giả và các cộng sự của nó sẽ không chịu trách nhiệm về bất kỳ sai sót hoặc thiếu sót vô ý nào có thể được tìm thấy. Tài liệu trong Sách điện tử có thể bao gồm thông tin của bên thứ ba. Tài liệu của bên thứ ba bao gồm các ý kiến được bày tỏ bởi chủ sở hữu của chúng. Do đó, tác giả của Sách điện tử không chịu trách nhiệm hoặc nghĩa vụ pháp lý đối với bất kỳ tài liệu hoặc ý kiến của bên thứ ba nào. Cho dù do sự phát triển của Internet hay do những thay đổi không lường trước được trong chính sách của công ty và nguyên tắc gửi bài xã luận, những gì được nêu là thực tế tại thời điểm viết bài này có thể trở nên lỗi thời hoặc không thể áp dụng được sau này.

Mục Lục

MỎNG SIÊU XANH 85

MỘT XANH CHỨA PROTEIN CAO 110

MÓN SINH DETOX CHO BỮA TỐI 197

GIỚI THIỆU

Giải độc là gì?

Detox về cơ bản là làm sạch ruột cũng như các cơ quan nội tạng bằng cách thay đổi chế độ ăn uống.

Cơ thể chúng ta giải độc một cách tự nhiên mỗi ngày. Cơ thể có hệ thống làm sạch riêng hoạt động liên tục qua nước tiểu, phân , mồ hôi và bằng hơi thở, chúng ta liên tục giải độc.

Chúng ta hấp thụ chất độc từ ô nhiễm, hóa chất và phụ gia thực phẩm, cũng như từ thuốc và thuốc lá. Nhưng ô nhiễm tồi tệ nhất là do chúng ta tự gây ra bằng cách ăn đồ ăn vặt hoặc kết hợp những thực phẩm không tốt cho chúng ta. Thức ăn không được tiêu hóa trong ruột khiến ruột bị thối rữa, tạo điều kiện cho chất độc xâm nhập vào dòng máu qua thành ruột. Nó làm cản trở thận và gan, nhiệm vụ của chúng là giải độc và làm sạch các chất này.

Khi ruột và các cơ quan nội tạng bị tắc nghẽn, cơ thể sẽ bị mất cân bằng. và bạn có thể cảm thấy kiệt sức, mệt mỏi, đau khớp và mất ngủ.

Trong nhiều trường hợp, các nhà trị liệu dinh dưỡng khuyên bạn nên thực hiện giải độc trước khi xác định chẩn đoán, chỉ để dễ dàng xác định vấn đề thực sự là gì.

Tại sao phải Detox/Thanh lọc cơ thể?

Khi cơ thể bị quá tải chất độc, nó sẽ chuyển năng lượng khỏi việc đốt cháy calo để làm việc chăm chỉ hơn để giải độc cơ thể. Nói cách khác, cơ thể không có năng lượng để đốt cháy calo.

Tuy nhiên, khi cơ thể loại bỏ độc tố một cách hiệu quả, năng lượng có thể được sử dụng để đốt cháy chất béo.

Trước tiên, bạn phải loại bỏ độc tố trong cơ thể để đảm bảo cơ thể có thể chuyển hóa tốt nhất thức ăn bạn ăn mà không để lại chất thải dư thừa, dẫn đến tăng cân.

Sinh tố giúp ích rất nhiều cho việc này!

Tiêu chí cho một ly sinh tố Detox tuyệt vời

A. Nó cần phải trông thật lộng lẫy: Chúng ta ăn trước bằng mắt và không ai muốn uống bất cứ thứ gì trông giống như nước đầm lầy!

B. Nó cần phải ngon đến choáng ngợp

C. Nó cần phải đậm đặc chất dinh dưỡng với các thành phần tuyệt vời.

MÓN MẶT LÀM SẠCH CHO NGƯỜI MỚI BẮT ĐẦU

1. màu xanh mọng

Thành phần:

- 3 nắm rau chân vị t
- 2 cốc nước
- 1 quả táo, bỏ lõi, cắt tư
- 1 cốc xoài đông lạnh
- 1 cốc dâu tây đông lạnh
- 1 nắm nho đông lạnh hoặc tươi không hạt
- 1 gói stevia (thêm thêm để tạo vị ngọt, nếu cần)
- 2 muỗng canh hạt lanh xay
- TÙY CHỌN: 1 muỗng bột protein

Hướng:

a) Cho rau xanh và nước vào máy xay và xay cho đến khi hỗn hợp có độ đặc giống như nước ép xanh.

b) Dừng máy xay và thêm các nguyên liệu còn lại. Trộn cho đến khi kem.

2. táo dâu

Thành phần:

- 3 nắm rau trộn mùa xuân

- 2 cốc nước

- 1 quả chuối, gọt vỏ

- 2 quả táo, bỏ lõi, cắt làm tư

- 1 ½ chén dâu tây đông lạnh

- 2 gói stevia (thêm thêm để tạo vị ngọt, nếu cần)

- 2 muỗng canh hạt lanh xay

- TÙY CHỌN: 1 muỗng bột protein

Hướng:

a) Cho rau xanh và nước vào máy xay và xay cho đến khi hỗn hợp có độ đặc giống như nước ép xanh.

b) Dừng máy xay và thêm các nguyên liệu còn lại. Trộn cho đến khi kem.

3. quả táo

Thành phần:

- 1 nắm rau trộn mùa xuân

- 2 nắm rau chân vị t

- 2 cốc nước

- 1½ cốc quả việt quất đông lạnh

- 1 quả chuối, gọt vỏ

- 1 quả táo, bỏ lõi và cắt làm tư

- 1 gói cỏ ngọt

- 2 muỗng canh hạt lanh xay

- TÙY CHỌN: 1 muỗng bột protein

Hướng:

a) Cho rau xanh và nước vào máy xay và xay cho đến khi hỗn hợp có độ đặc giống như nước ép xanh.

b) Dừng máy xay và thêm các nguyên liệu còn lại. Trộn cho đến khi kem.

4. quả đào

Thành phần:

- 2 nắm cải xoăn

- 1 nắm rau chân vị t

- 2 cốc nước

- 2 quả táo, bỏ lõi, cắt làm tư

- 1½ cốc đào đông lạnh

- 1½ cốc quả hỗn hợp đông lạnh

- 2 gói cỏ ngọt

- 2 muỗng canh hạt lanh xay

- 1 muỗng bột protein

Hướng:

a) Cho rau xanh và nước vào máy xay và xay cho đến khi hỗn hợp có độ đặc giống như nước ép xanh.

b) Dừng máy xay và thêm các nguyên liệu còn lại. Trộn cho đến khi kem.

5. Rau bina đào

Thành phần:

- 3 nắm rau chân vị t

- 2 cốc nước

- 1 cốc đào đông lạnh

- 1 nắm nho không hạt tươi hoặc đông lạnh 1½ cốc quả việt quất

- 3 gói stevia để làm ngọt

- 2 muỗng canh hạt lanh xay

- TÙY CHỌN: 1 muỗng bột protein

Hướng:

a) Cho rau bina và nước vào máy xay và xay cho đến khi hỗn hợp có độ đặc giống như nước ép xanh. Dừng máy xay và thêm các nguyên liệu còn lại.

b) Trộn cho đến khi kem.

6. Rau bina dúa

Thành phần:

- 2 chén rau bina tươi, đóng gói

- 1 chén dứa miếng

- 2 cốc đào đông lạnh

- 2 quả chuối, bóc vỏ

- 1½ gói stevia

- 2 cốc nước

- 2 muỗng canh hạt lanh xay

- TÙY CHỌN: 1 muỗng bột protein

Hướng:

a) Cho rau bina và nước vào máy xay và xay cho đến khi hỗn hợp có độ đặc giống như nước ép xanh. Dừng máy xay và thêm các nguyên liệu còn lại.

b) Trộn cho đến khi kem.

7. Quả Dứa

Thành phần:

- 2 nắm rau trộn mùa xuân

- 2 nắm rau chân vị t

- 1 quả chuối, gọt vỏ

- 1 ½ chén dứa

- 1½ chén xoài đông lạnh

- 1 cốc quả hỗn hợp đông lạnh

- 3 gói cỏ ngọt

- 2 cốc nước

- 2 muỗng canh hạt lanh xay

- TÙY CHỌN: 1 muỗng bột protein

Hướng:

a) Cho rau xanh và nước vào máy xay và xay
    cho đến khi hỗn họp có độ đặc giống như
    nước ép xanh. Dừng máy xay và thêm các
    nguyên liệu còn lại.

b) Trộn cho đến khi kem.

8. Sinh tố dâu tằm

1 phần

Thành phần:

- 1-1½ cốc (200-300 ml) nước
- ½ cốc (100 ml) hạnh nhân, ngâm nước
- 2 quả mơ, ngâm
- ¼ cốc (50 ml) quả nam việt quất, đông lạnh hoặc rã đông

Hướng:

a) Trộn 1 cốc nhỏ (200 ml) nước với hạnh nhân để tạo thành sữa. Lọc qua lưới lọc hoặc túi sữa hạt. Đổ sữa đã lọc vào máy xay. Thêm quả mơ và trộn lại.

b) Trộn các loại quả mọng và thêm nhiều nước hơn để có độ đặc mong muốn.

9. Cải xoăn cải xoăn

Thành phần:

- 2 nắm cải xoăn

- 2 nắm rau chân vị t

- 2 cốc nước

- 1 quả táo, bỏ lõi, cắt tư

- 1 quả chuối, gọt vỏ

- $1\frac{1}{2}$ cốc quả việt quất đông lạnh

- 2 gói cỏ ngọt

- 2 muỗng canh hạt lanh xay

- TÙY CHỌN: 1 muỗng bột protein

Hướng:

a) Cho rau xanh và nước vào máy xay và xay cho đến khi hỗn hợp có độ đặc giống như nước ép xanh. Dừng máy xay và thêm các nguyên liệu còn lại.

b) Trộn cho đến khi kem.

10. Táo Xoài

Thành phần:

- 3 nắm rau chân vị t

- 2 cốc nước

- 1 quả táo, bỏ lõi, cắt tư

- 1½ cốc xoài

- 2 cốc dâu tây đông lạnh

- 1 gói cỏ ngọt

- 2 muỗng canh hạt lanh xay

- TÙY CHỌN: 1 muỗng bột protein

Hướng:

a) Cho rau bina và nước vào máy xay và xay cho đến khi hỗn hợp có độ đặc giống như nước ép xanh. Dừng máy xay và thêm nguyên liệu còn lại vào máy xay.

b) Trộn cho đến khi kem.

11. Cải xoăn dứa

Thành phần:

- 2 nắm cải xoăn

- 1 nắm rau trộn mùa xuân

- 2 cốc nước

- $1\frac{1}{2}$ cốc đào đông lạnh

- 2 nắm dứa cắt miếng

- 2 gói cỏ ngọt

- 2 muỗng canh hạt lanh xay

- TÙY CHỌN: 1 muỗng bột protein

Hướng:

a) Cho rau xanh và nước vào máy xay và xay cho đến khi hỗn hợp có độ đặc giống như nước ép xanh. Dừng máy xay và thêm các nguyên liệu còn lại.

b) Trộn cho đến khi kem.

12. Detox chanh và thì là hàng ngày

Phục vụ: 2

Thành phần:

- 1/2 quả lê

- 1 cốc dưa chuột cắt nhỏ và bỏ hạt

- 1/4 chén thì là tươi xắt nhỏ

- 1 quả bơ nhỏ

- 1 chén rau bina bé

- 2 thìa nước cốt chanh

- Củ gừng tươi 1 inch, gọt vỏ

- 1 cốc dứa đông lạnh

- 11/4 cốc nước

- 3 đến 4 viên đá

Hướng:

a) Cho tất cả nguyên liệu trừ đá vào Máy xay sinh tố và xay cho đến khi mịn như kem.

b) Thêm đá và xử lý lại. Uống lạnh.

13. Giấc mơ cải xoăn đào

Phục vụ: 2

Thành phần:

- 1/2 quả bơ

- 1 cốc đào đông lạnh hữu cơ đông lạnh

- 1 quả chuối đông lạnh, cắt thành miếng

- 2 thìa nước cốt chanh tươi

- 11/4 cốc nước

- một nắm cải xoăn

- 3 đến 4 viên đá

- Tùy chọn: 2 đến 3 ngày đọ sức

Hướng:

a) Cho tất cả nguyên liệu trừ đá vào Máy xay sinh tố và xay cho đến khi mịn như kem.

b) Thêm đá và chà là (nếu dùng) rồi chế biến lại. Uống lạnh.

14. Dưa hấu mát

Phục vụ: 2

Thành phần:

- 2 cốc dưa hấu không hạt cắt hạt lựu

- 1 quả dưa chuột, gọt vỏ, bỏ hạt và cắt nhỏ

- 1 nắm cải xoăn lớn xắt nhỏ

- 3 thìa nước cốt chanh tươi

- 1/4 chén bạc hà tươi xắt nhỏ

- 1/4 chén húng quế tươi xắt nhỏ

- 1 cốc đá viên

Hướng:

a) Cho dưa hấu và dưa chuột vào máy xay sinh tố, xay cho đến khi mị n và như kem.

b) Thêm các thành phần còn lại và xử lý lại. Uống đá lạnh.

15. Sinh Tố Táo Quế

Phục vụ: 1

Thành phần:

- 1 quả chuối đông lạnh, cắt thành miếng vừa ăn

- 1 quả táo Granny Smith hữu cơ, bỏ lõi và cắt nhỏ (giữ nguyên vỏ)

- 1 thìa nước cốt chanh tươi

- 1 nắm rau bina lớn

- 1 cốc nước lạnh

- 2 đến 3 ngày đọ sức

- 1/2 muỗng cà phê quế

- 1/8 muỗng cà phê hạt nhục đậu khấu

- 4 đến 5 viên đá

Hướng:

a) Cho tất cả nguyên liệu trừ đá vào Máy xay sinh tố và xay cho đến khi mịn như kem.

b) Thêm đá và xử lý lại. Uống lạnh.

16. Sinh Tố Sô Cô La Chia

Phục vụ: 2

Thành phần:

- 1 ly nước

- 11/2 cốc dâu tây hữu cơ đông lạnh

- 1 muỗng canh hạt chia

- 2 muỗng canh cacao nguyên chất

- 1 muỗng canh bột cacao nguyên chất

- 6 hạt macadamia thô

- 3 ngày đọ sức

- 1 quả chuối đông lạnh, cắt thành miếng vừa ăn

- 1 nắm cải xoăn lớn xắt nhỏ

- 4 đến 5 viên đá

Hướng:

a) Cho nước và dâu tây vào máy xay sinh tố, xay cho đến khi mịn và mịn như kem.

b) Thêm hạt chia, ngòi cacao, bột cacao và hạt mắc ca; quá trình trong 1 phút đầy đủ. Thêm chà là, chuối đông lạnh và cải xoăn rồi xay lại cho đến khi hòa quyện. Thêm đá và xử lý lại.

c) Phục vụ đá lạnh.

17. Trà xanh và gùng Sinh tố

Phục vụ: 2

Thành phần:

- 1 quả lê Anjou, cắt nhỏ

- 1/4 cốc nho khô trắng hoặc dâu tằm khô

- 1 thìa cà phê gừng tươi băm nhỏ

- 1 nắm lớn rau diếp romaine cắt nhỏ

- 1 muỗng canh hạt cây gai dầu

- 1 cốc trà xanh pha không đường, để nguội

- 7 đến 9 viên đá

Hướng:

a) Cho tất cả nguyên liệu trừ đá vào Máy xay sinh tố và xay cho đến khi mịn như kem.

b) Thêm đá và xử lý lại. Uống lạnh.

18. Greeno-Colada

Phục vụ: 1

Thành phần:

- 1 cốc dứa cắt nhỏ đông lạnh

- 3 muỗng canh dừa tươi, không đường, vụn

- 1 muỗng canh nước cốt chanh tươi

- 1 nắm lá rau muống non

- 3 ngày đọ sức

- 1 ly nước

- 4 đến 5 viên đá

Hướng:

a) Cho tất cả nguyên liệu trừ đá vào Máy xay sinh tố và xay cho đến khi mịn như kem. Thêm đá và xử lý lại.

b) Uống đá lạnh.

19. Sinh tố sô cô la bạc hà

Phục vụ: 2

Thành phần:

- 1 quả chuối đông lạnh, cắt thành miếng vừa ăn

- 1/2 chén đào đông lạnh

- 1/2 chén hạt macadamia thô

- 1/3 chén lá bạc hà tươi xắt nhỏ

- 3 muỗng canh cacao nguyên chất

- 2 đến 3 ngày đọ sức

- 1/2 muỗng cà phê chiết xuất vani nguyên chất

- 11/2 cốc nước

- 3 hoặc 4 viên đá

Hướng:

a) Cho tất cả nguyên liệu trừ đá vào Máy xay sinh tố và xay cho đến khi mịn như kem.

b) Thêm đá và xử lý lại. Uống lạnh.

20. Sunny C Delight Sữa Lắc Không Sữa

Phục vụ: 1

Thành phần:

- 1 quả cam, gọt vỏ và cắt nhỏ

- 1 quả kiwi, gọt vỏ và cắt nhỏ

- 5 ngày đọ sức

- 1/2 chén dứa đông lạnh

- 2 muỗng canh hạt cây gai dầu

- 1/2 cốc nước

- 3 đến 4 viên đá

Hướng:

a) Cho tất cả nguyên liệu trừ đá vào Máy xay
   sinh tố và xay cho đến khi mị n như kem.

b) Thêm đá và xử lý lại. Uống lạnh.

21. Dâu tây và kem

Phục vụ: 1

Thành phần:

- 1/4 chén yến mạch kiểu cũ

- 3 muỗng canh hạt macadamia thô cắt nhỏ
  (tốt nhất là ngâm trong 1 đến 2 giờ)

- 1 cốc dâu tây hữu cơ đông lạnh

- 4 ngày đọ sức

- 1/4 muỗng cà phê chiết xuất vani nguyên
  chất

- 1 cốc nước đá lạnh

- 3 đến 4 viên đá

Hướng:

a) Cho tất cả nguyên liệu trừ đá vào Máy xay
   sinh tố và xay cho đến khi mịn như kem.

b) Thêm đá và xử lý lại. Uống lạnh.

22. Sữa lắc chanh không sữa

Phục vụ: 2

Thành phần:

- 1 quả chuối đông lạnh, cắt thành miếng vừa ăn

- 1/4 cốc bơ nghiền

- 2 muỗng canh nước cốt chanh Key West nổi tiếng của Nellie và Joe

- 5 đến 6 ngày đọ sức

- 1/4 chén hạt điều thô

- 1/8 muỗng cà phê chiết xuất vani nguyên chất

- 1/8 muỗng cà phê muối biển chưa tinh chế

- 1 ly nước

- 8 viên đá

Hướng:

a) Cho tất cả nguyên liệu trừ đá vào Máy xay sinh tố và xay cho đến khi mịn như kem.

b) Thêm đá và xử lý lại. Uống lạnh.

23. Gừng và việt quất dại

Phục vụ: 2

Thành phần:

- 1 cốc quả việt quất hoang dã đông lạnh (hoặc quả việt quất đông lạnh được trồng thường xuyên)

- 1/4 chén hạt điều thô

- 1 quả chuối, cắt thành miếng vừa ăn

- 1 thìa nước cốt chanh tươi

- 1/2 muỗng cà phê chiết xuất vani nguyên chất

- 1 muỗng canh củ gừng tươi xay

- 5 đến 6 ngày đọ sức

- 1 cốc nước lạnh

- 5 đến 6 viên đá

Hướng:

a) Cho tất cả nguyên liệu trừ đá vào Máy xay sinh tố và xay cho đến khi mịn như kem.

b) Thêm đá và xử lý lại. Uống lạnh.

24. Cappuccino Không Sữa Lắc

Phục vụ: 1

Thành phần:

- 1 quả chuối, cắt thành miếng vừa ăn

- 1/2 cốc nước

- 2 muỗng canh hạt cây gai dầu

- 8 quả hạnh nhân

- 1 thìa cà phê bột espresso hòa tan

- 1/2 muỗng cà phê quế

- 1 muỗng cà phê chiết xuất vani nguyên chất

- 4 quả mận

- 11/2 cốc đá

Hướng:

a) Cho tất cả nguyên liệu trừ đá vào Máy xay sinh tố và xay cho đến khi mịn như kem.

b) Thêm đá và xử lý lại. Uống đá lạnh.

25. Sữa Lắc Cherry Vani Không Sữa

Phục vụ: 2

Thành phần:

- 1 cốc quả anh đào đông lạnh

- 1/4 chén hạt macadamia thô

- 1/2 quả chuối, cắt thành khối

- 1/4 cốc quả goji khô (hoặc nho khô trắng)

- 1 muỗng cà phê chiết xuất vani nguyên chất

- 1 ly nước

- 6 đến 8 viên đá

Hướng:

a) Cho tất cả nguyên liệu trừ đá vào Máy xay sinh tố và xay cho đến khi mịn như kem.

b) Thêm đá và xử lý lại. Uống đá lạnh.

26. Bát dâu Goji và Chia

Tổng thời gian: 5 phút

Năng suất: 1

Thành phần

- Quả kỷ tử 1T
- Dâu tây 1T
- Thanh quế mảnh 1 inch
- 2-4T hạt chia
- 1 T dầu dừa
- 16 oz. nước dừa
- Sữa chua sữa hạt điều 2T
- 1/3 c hạt cây gai dầu
- 2-3 lá cải xoăn lớn
- 1c quả đông lạnh
- $\frac{1}{2}$ quả chuối đông lạnh

Hướng

a) Cho quả kỷ tử, quế và hạt chia vào máy xay sinh tố rồi thêm lượng nước dừa vừa đủ để đậy nắp. Để ngâm khoảng 10 phút.

b) Thêm phần nước dừa còn lại và các nguyên liệu còn lại vào máy xay rồi chế biến ở chế độ thích hợp để làm sinh tố, thêm chất lỏng bổ sung (nước dừa, nước hoặc sữa hạt) để có độ đặc như mong muốn.

27. Trái Cây Và Sữa Dừa

Làm 4 phần ăn

Thành phần

- 1 túi 10 ounce quả việt quất đông lạnh hoặc trái cây khác
- 3 quả chuối chín
- 1 cốc sữa chua nguyên chất
- 1 cốc nước cốt dừa không đường
- 2 thìa mật ong

Hướng:

a) Trong máy xay sinh tố, xay nhuyễn quả việt quất, chuối, sữa chua, nước cốt dừa và mật ong.

b) Phục vụ.

28. Sinh tố buồn ngủ

Thành phần:

- 2 chén rau chân vị t non
- 1 cốc sữa hạnh nhân
- 1 quả chuối, gọt vỏ và thái lát
- 1 thìa cà phê mật ong

Hướng:

a) Cho tất cả nguyên liệu vào máy xay và xay
    nhuyễn.

29. Sinh tố thành công

Thành phần:

- 1 cốc dâu tây, thái lát
- 1 cốc quả việt quất
- ⅓ chuối, thái lát
- 1 muỗng cà phê hạt lanh xay
- 1 nắm rau chân vị t
- 1 thìa cà phê mật ong

Hướng:

a) Trộn mọi thứ lại với nhau và tận hưởng!

30. Sinh tố xanh với quả sung

1 lần phục vụ

Thành phần:

- 2,5 ounce (70 g) rau bina non
- $1\frac{1}{2}$-2 cốc (300-500 ml) nước
- 1 quả lê
- 2 quả sung, ngâm

Hướng:

a) Trộn rau bina với $1\frac{1}{2}$ cốc (300 ml) nước. Cắt quả lê, thêm quả sung vào và trộn lại.

b) Thêm nhiều nước hơn nếu cần để có được độ đặc phù hợp cho món sinh tố của bạn.

31. bữa sáng kiwi

1 lần phục vụ

Thành phần:

- 1 quả lê

- 2 cọng cần tây

- quả kiwi vàng

- 1 muỗng canh nước

- $\frac{1}{2}$ muỗng cà phê gừng xay

Hướng:

a) Cắt lê, cần tây và một quả kiwi thành từng miếng lớn rồi trộn vào máy xay sinh tố với 1 muỗng canh nước cho đến khi thu được hỗn hợp mịn.

b) Đặt quả kiwi còn lại lên trên, cắt thành miếng và gừng xay.

32. Quả mâm xôi và thì là

Thành phần:

- 1 quả táo

- $\frac{1}{2}$ cây thì là

- $\frac{1}{4}$ cốc (50ml) nước

- $\frac{1}{2}$ cốc (100 ml) quả mâm xôi

Hướng:

a) Cắt táo và thì là thành miếng rồi trộn với nước trong máy xay.

b) Ăn kèm với quả mâm xôi.

33. Bí ngòi, lê và bát táo

1 lần phục vụ

Thành phần:

- $\frac{1}{2}$ quả bí xanh

- 1 quả lê

- 1 quả táo

- tùy chọn: quế và gừng xay

Hướng:

a) Cắt bí xanh và lê thành khối lớn rồi cho vào máy xay thực phẩm.

b) Thêm táo, cắt thành khối lớn và tiếp tục trộn để tạo thành hỗn hợp mị n.

c) Dọn ra bát và rắc quế và gừng.

34. Bơ và quả mọng

Thành phần:

- 1 quả bơ

- 1 quả lê

- $3\frac{1}{2}$ ounce (100 g) quả việt quất

Hướng:

a) Cắt bơ và lê thành từng miếng.

b) Trộn đều trong một cái bát và phủ quả việt quất lên trên.

MỘT SIÊU XANH

35. Nhà máy điện xanh

Thành phần:

- 1 bó cải xoăn
- $\frac{1}{2}$ quả dưa chuột
- 4 cọng cần tây
- 1/3 củ và thân cây thì là
- 1 quả táo xanh
- 1 quả táo Fuji
- 1 quả lê
- $\frac{1}{2}$ quả chanh
- Gừng 1 inch

Hướng:

a) Trộn tất cả các thành phần để kết hợp.

b) Thưởng thức.

36. Làm dịu dạ dày

Thành phần:

- 1 đầu nhỏ thì là
- 2 cọng cần tây
- 1 nắm bạc hà
- 1 bó lá mùi tây dẹt
- ½ Táo Xanh
- 2 quả chanh nhỏ

Hướng:

a) Trộn tất cả các thành phần để kết hợp.

b) Thưởng thức.

37. tăng cường miễn dịch

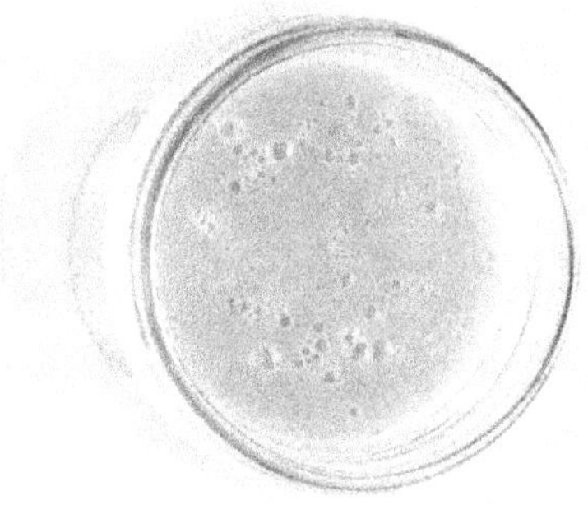

Thành phần:

- ½ quả dưa chuột
- 2 cọng cần tây
- Một nắm rau bina
- 1 quả táo
- ½ quả chanh
- Gừng 1 inch

Hướng:

a)   Trộn tất cả các thành phần để kết hợp.

b)   Thưởng thức.

38. Nước Uống Xanh Cực Mát

Thành phần:

- 8 quả Kiwi

- 3 quả táo xanh

- 1/3 dưa chuột

- 1 miếng gừng tươi

- Một nắm bạc hà tươi

Hướng:

a) Trộn tất cả các thành phần để kết hợp.

b) Thưởng thức.

39. Giải độc phổi

Thành phần:

- 1 quả dưa chuột

- 1 đầu xà lách romaine

- 1 nắm lớn mùi tây

- 2 quả chanh Meyer

- 1 quả táo

- Gừng 1 inch

Hướng:

a) Trộn tất cả các thành phần để kết hợp.

b) Gừng là một trong những nguyên liệu đã
    có từ hàng thế kỷ trước, vừa có hương vị
    vừa có tác dụng mạnh mẽ. Nó là một chất
    chống viêm tự nhiên và đã được chứng
    minh là có kết quả ấn tượng đáng kể ở
    những người bị viêm khớp. Quan trọng
    nhất nó là một chất tăng cường miễn dị ch
    mạnh mẽ.

40. Bữa ăn nhẹ buổi chiều vui vẻ

Thành phần:

- 3 quả táo
- 1 quả dưa chuột
- 1 quả chanh
- 5 thân cải xoăn

Hướng:

a) Trộn tất cả các thành phần để kết hợp.

b) Thưởng thức.

41. Rau bina với dứa

Thành phần:

- ½ quả dứa
- 1 quả dưa chuột
- 2 bó rau bina

Hướng:

a) Trộn tất cả các thành phần để kết hợp.

b) Thưởng thức.

42. Tăng cường trao đổi chất

Thành phần:

- 1 quả dưa chuột
- 3 cọng cần tây
- Một nắm bạc hà tươi
- 2 lá cải xoăn
- 1 quả chanh bóc vỏ

Hướng:

a) Trộn tất cả các thành phần để kết hợp.

b) Thưởng thức.

43. Thức dậy siêu xanh

Thành phần:

- 1 quả lê
- 1 quả dưa chuột
- 4 cọng cần tây
- 3 nhánh bạc hà
- 4 quả chanh nhỏ

Hướng:

a) Trộn tất cả các thành phần để kết hợp.

b) Thưởng thức.

44. Buổi Chiều Mát Mẻ

Thành phần:

- 1 quả táo
- 1 quả lê
- ½ quả dưa chuột
- 3 lá cải xoăn
- Một nắm bạc hà tươi

Hướng:

a) Trộn tất cả các thành phần để kết hợp.

b) Thưởng thức.

45. Sinh tố kích thích

Thành phần:

- 1 bó cải xoăn
- Một nắm lớn bạc hà tươi
- 2 quả táo
- 1 quả chanh bóc vỏ

Hướng:

a) Trộn tất cả các thành phần để kết hợp.

b) Thưởng thức.

46. cam quýt thỏa thích

Thành phần:

- 4 chén rau chân vị t
- 1 bó cải xoăn
- 2 quả cam
- 1 quả dưa chuột

Hướng:

a) Trộn tất cả các thành phần để kết hợp.

b) Thưởng thức.

MỘT XANH CÓ CHỨA PROTEIN CAO

47. vụ nổ hạt điều

Thành phần:

- 5-7 Hạt Điều
- Lá rau bina
- Xi-rô chanh
- Đông lại
- Đường

Hướng

a) Đun sôi một nửa lá rau bina và loại bỏ vị thô của nó. Trộn kỹ xi-rô chanh và sữa đông đặc trong một cái bát. Xay hạt điều và đường để tạo thành hỗn hợp mị n.

b) Cho lá luộc sơ vào sữa đông rồi thêm nhân điều thô với đường vào. Cuối cùng trộn một chút để tạo ra một kết cấu đồng nhất. Thưởng thức món sinh tố này với bánh mì nướng.

48. Sữa Chua Quế

Thành phần:

- 1 quả dưa chuột chín

- 1 cốc sữa yến mạch

- Một nhúm quế

- Muối

- Lá rau mùi

- Sữa chua lợi khuẩn

Hướng

a) Cắt dưa chuột thành miếng vừa và trộn tất cả các nguyên liệu trừ quế vào máy xay. Đặt nó vào tủ lạnh một lúc.

a) Ngay trước khi dùng, thêm một chút quế và trang trí bằng lá rau mùi.

49. Đậu phộng với bạc hà và mật ong

Thành phần:

- Đậu phộng không vỏ

- 1 nắm lá bạc hà

- sữa đông đặc

- Em yêu

- Khối nước đá

Hướng

a) Nghiền tất cả các thành phần lại với nhau để tạo thành một hỗn hợp đồng nhất dày.

b) Cuối cùng cho đá viên vào và dùng lạnh.

50. Kiwi ổi bùng nổ

Thành phần:

- 1 trái Kiwi
- 1 quả ổi
- Nước dừa
- Hạt ngô tươi
- Khối nước đá

Hướng

a) Cắt kiwi và ổi thành từng miếng nhỏ.

b) Xay hạt ngô với nước dừa rồi cho hoa quả cắt nhỏ vào. Ăn kèm với đá viên.

51. Rau bina bất ngờ

Thành phần:

- bánh mì lát

- Lá rau bina

- Sữa chua

- Xi-rô chanh

Hướng

a) Trộn lá rau bina trong sữa chua. Thêm các lát bánh mì và trộn lại để có được kết cấu dày.

b) Thêm xi-rô chanh để nếm và phục vụ ở nhiệt độ phòng.

52. Vải với trứng và mật ong

Thành phần:

- Lòng trắng trứng

- Sữa

- 7-8 quả vải thiều

- 2 quả dưa chuột

- Em yêu

Hướng

a) Trộn đều lòng trắng trứng với sữa và mật ong. Gọt vỏ và cắt vải thiều thành từng miếng nhỏ và để sang một bên. Trộn dưa chuột với hỗn hợp sữa. Thêm những miếng vải thiều vào sao cho chúng nổi lên trong sinh tố.

b) Điều này sẽ mang lại hương vị và hương vị không giống ai.

53. Hạnh nhân và chuối

Thành phần:

- 1 quả chuối vừa

- Miếng dứa cắt miếng

- Lá bạc hà tươi

- Hạnh nhân nướng

- Khối nước đá

Hướng

a) Cắt hạnh nhân thành từng miếng nhỏ và để sang một bên. Trộn chuối, lá dứa và lá bạc hà cùng với đá viên để tạo thành hỗn hợp sền sệt.

b) Trang trí với những lát hạnh nhân ngay trước khi dùng.

54. Xà lách với sữa chua và cam

Thành phần:

- Lá xà lách hữu cơ

- Sữa Chua Tươi Đặc

- bột cam

- Đá

Hướng

a) Trộn sữa chua với cùi cam để tạo thành hỗn hợp sánh mị n. Đun sôi một nửa rau diếp và thêm lá cắt nhỏ vào hỗn hợp sữa chua.

b) Trộn kỹ. Cuối cùng, thêm đá bào vào hỗn hợp này và dùng lạnh.

55. Vụ nổ lê và chuối

Thành phần:

- 1 quả lê hữu cơ

- Thân cây rau mùi

- Sữa

- 1 quả chuối chín

- Đường

Hướng

a) Cắt lê thành từng miếng nhỏ hơn và để sang một bên. Nghiền cọng rau mùi trong sữa. Thêm chuối chín vào sữa và trộn đều. Thêm đường vừa miệng rồi thêm miếng lê cắt nhỏ vào sinh tố.

b) Ngoài ra, bạn có thể thêm lá bạc hà vào sinh tố để tăng hương vị và hương vị.

56. Sinh tố Spirulina

Thành phần:

- 1 muỗng cà phê Tảo Spirulina

- Núm gừng 2-3 cm

- Lá rau bina

- Sữa chua trái cây

- Nước nóng

Hướng

a) Trộn tảo xoắn với lá rau bina với nhau để tạo thành hỗn hợp sệt. Pha loãng hỗn hợp với sữa chua trái cây tùy theo khẩu vị và kết cấu ưa thích.

b) Đun sôi gừng trong nước nóng và chiết xuất hương vị của nó. Thêm chiết xuất gừng vào hỗn hợp rau bina và tảo xoắn.

c) Đun nóng hỗn hợp cho đến khi ấm và uống sinh tố ở nhiệt độ đó, tốt nhất là trước bữa ăn.

57. Sinh tố quả sung và quả óc chó

Thành phần:

- 1-2 quả sung tươi

- 3 quả dâu tây

- Muối

- Quả óc chó

- Lá rau mùi

- Khối nước đá

- Sữa

Hướng

a) Thêm sữa, dâu tây, quả sung và lá rau mùi vào sữa và trộn cho đến khi hỗn hợp trở nên mị n và đồng đều.

b) Cắt quả óc chó thành từng miếng nhỏ và nghiền nát với lượng muối cần thiết.

c) Thêm quả óc chó nghiền thô ngay trước khi bạn phục vụ. Dùng lạnh.

58. Sinh tố quả hồ trăn và chuối

Thành phần:

- Hạt hồ trăn
- Nước ấm
- 1 quả táo
- 1 quả chuối
- 3 quả dưa chuột

Hướng

a) Cho những miếng táo cắt nhỏ vào nước ấm và nghiền chuối thành bột nhão. Nghiền dưa chuột và thêm chúng vào bột chuối.

b) Trộn đều hỗn hợp và thêm vào nước ấm có chứa các miếng táo. Đừng pha trộn. Cắt quả hồ trăn thành hai phần và thêm chúng vào bột táo. Bây giờ chỉ trộn bột chuối và bột táo.

c) Sử dụng nước ấm để làm đều kết cấu. Phục vụ ấm áp.

59. Sinh tố đậu nành

Thành phần:

- Lòng trắng trứng

- Sữa đậu nành

- Phô mai Cottage

- Đường

- Muối

Hướng

a) Trộn lòng trắng trứng, sữa đậu nành và phô mai để tạo kết cấu dạng hạt cho sinh tố. Thêm đường và muối theo tỷ lệ để tăng thêm hương vị cho lưỡi.

b) Trên sinh tố, một lần nữa rắc một ít phô mai.

60. Sinh tố đậu bò

Thành phần:

- Sữa chua đặc

- bột cam

- đậu bò

- Lá bạc hà

- Hành tươi

- Nguồn protein: Lòng trắng trứng, sữa đậu nành, phô mai.

Hướng

a) Xắt nhỏ hành tây và xào trên lửa nhỏ. Đặt chúng sang một bên. Luộc đậu bò một nửa sao cho đậu xốp và mềm.

b) Trộn sữa chua, cùi cam và hành tây với nhau để tạo thành hỗn hợp sệt. Thêm đậu bò vào cuối cùng.

c) Dùng lá bạc hà để trang trí khi thưởng thức. Dùng lạnh.

MÓN SINH DETOX CHO BỮA SÁNG

61. Máy thải độc xanh

Thành phần:

- 1/2 cốc nước cam
- 2 thìa cà phê Gừng
- 2 cốc cải xoăn
- 1/2 chén ngò
- 1 quả chanh (bỏ hạt, giữ nguyên vỏ)
- 1 quả táo xanh
- 1 quả chuối (đông lạnh, cắt nhỏ)

Hướng:

a) Trộn tất cả các thành phần để kết hợp.

b) Thưởng thức.

62. Sinh Tố Lá Xanh

Thành phần:

- 1/2 cốc nước ép táo

- 2 cốc hỗn hợp rau xanh

- 1 chén rau bina

- 1 quả chanh (bỏ hạt, giữ nguyên vỏ)

- 1 quả lê

- 1 quả chuối (đông lạnh, cắt nhỏ)

Hướng:

a) Trộn tất cả các thành phần để kết hợp.

b) Thưởng thức.

63. Sinh Tố Bơ Xanh

Thành phần:

- 3/4 cốc nước dừa
- 1/2 chén cải xoăn
- 1/2 chén rau bina
- 1/2 cốc bơ
- 2 cốc nho không hạt
- 1 quả lê
- 4 - 5 viên đá

Hướng:

a) Trộn tất cả các thành phần để kết hợp.

b) Thưởng thức.

64. Sinh tố cà rốt

Thành phần:

- 1/2 cốc nước
- 1/2 cốc sữa gầy
- 1/2 muỗng cà phê. Quế
- 1/8 chén yến mạch cán kiểu cũ
- 1/2 chén rau bina
- 2 củ cà rốt nhỏ hoặc 1 củ cà rốt lớn (có ngọn xanh)
- 1 quả chuối (đông lạnh, cắt nhỏ)
- 4 - 5 viên đá

Hướng:

a) Trộn tất cả các thành phần để kết hợp.

b) Thưởng thức.

65. Sinh tố dưa xanh

Thành phần:

- 1/2 cốc nước
- 3 muỗng canh. Em yêu
- 1 trái chanh (bỏ hạt, giữ nguyên vỏ)
- 1 cốc cải xoăn
- 1/2 chén dưa đỏ
- 1/2 cốc mật ong
- 4 - 5 viên đá

Hướng:

a) Trộn tất cả các thành phần để kết hợp.

b) Thưởng thức.

66. Dưa leo giải nhiệt

Thành phần:

- 1/2 cốc nước

- 4 muỗng canh. Em yêu

- 2 cốc cải xoăn

- 1 trái chanh (bỏ hạt, giữ nguyên vỏ)

- 2 quả dưa chuột (bỏ hạt và gọt vỏ)

- 4 - 5 viên đá

Hướng:

a) Trộn tất cả các thành phần để kết hợp.

b) Thưởng thức.

67. Sinh Tố Xanh Berry

Thành phần:

- 1/2 cốc nước ép táo
- 1 chén rau bina
- 2 cốc hỗn hợp quả mọng
- 1 quả chuối (đông lạnh, cắt nhỏ)
- 4 - 5 viên đá

Hướng:

a) Trộn tất cả các thành phần để kết hợp.

b) Thưởng thức.

68. Sinh tố chuối

Thành phần:

- 1/2 cốc sữa

- 1/2 cốc sữa chua vani

- 2 muỗng cà phê. Em yêu

- 1/4 muỗng cà phê. Quế

- 2 quả chuối

- 1 chén rau bina

- 4 - 5 viên đá

Hướng:

a) Trộn tất cả các thành phần để kết hợp.

b) Thưởng thức.

69. dưa hấu Smoothie

Thành phần:

- 2 cốc dưa hấu
- 1 chén rau bina
- 1/2 cốc dâu tây
- 1/2 chén đào đông lạnh
- 4 - 5 viên đá

Hướng:

a) Trộn tất cả các thành phần để kết hợp.

b) Thưởng thức.

70. Sinh Tố Bơ Đậu Phộng

Thành phần:

- 1 cốc sữa gầy
- 3 muỗng canh. Bơ đậu phộng
- 2 chén rau bina
- 1 quả chuối (đông lạnh, cắt nhỏ)

Hướng:

a) Trộn tất cả các thành phần để kết hợp.

b) Thưởng thức.

71. Chuối dâu tây

Thành phần:

- 1/2 cốc nước
- 1/2 cốc sữa gầy
- 1/2 cốc sữa chua vani
- 2 muỗng cà phê. Em yêu
- 1 cốc hỗn hợp rau xanh
- 1/2 cốc dâu tây
- 1 quả chuối (đông lạnh, cắt nhỏ)
- 4 - 5 viên đá

Hướng:

a) Trộn tất cả các thành phần để kết hợp.

b) Thưởng thức.

72. giấc mơ hạnh nhân

Thành phần:

- 1 cốc sữa hạnh nhân
- 3 muỗng canh. Bơ hạnh nhân
- 1 cốc cải xoăn
- 1 chén rau bina
- 1/4 cốc quả việt quất
- 1/4 cốc quả mâm xôi
- 4 -5 viên đá

Hướng:

a) Trộn tất cả các thành phần để kết hợp.

b) Thưởng thức.

73. Sinh tố trái cây và hạt xanh

Thành phần:

- 1 cốc sữa hạnh nhân
- 1/4 chén hạt hướng dương
- 1/4 cốc hạt điều
- 3 chén rau bina
- 2 ngày
- 1/2 cốc quả việt quất
- 1 quả chuối
- 4 - 5 viên đá

Hướng:

a) Trộn tất cả các thành phần để kết hợp.

b) Thưởng thức.

74. Sinh Tố Xanh Bạc Hà

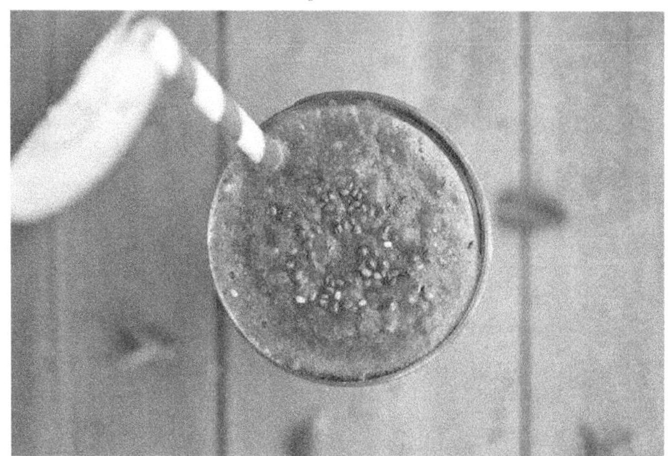

Thành phần:

- 1/2 cốc nước ép táo
- 1 muỗng canh. Gừng xay
- 1/4 cốc lá bạc hà
- 1 chén rau bina
- 1 cốc cải xoăn
- 1 quả lê
- 4 - 5 viên đá

Hướng:

a) Trộn tất cả các thành phần để kết hợp.

b) Thưởng thức.

MÓN SINH DETOX CHO BỮA TRƯA

75. Sinh Tố Cần Tây Xanh

Thành phần:

- 1 cọng cần tây, thái lát mỏng
- 4 quả chuối chín thật
- Một nắm rau bina Baby
- 1 cốc nước đá hoặc đá viên

Hướng:

a) Thêm tất cả các thành phần này vào máy xay và xay nhuyễn cho đến khi mịn.

76. Sinh tố xanh Collard

Thành phần:

- 4 oz. Nước dừa

- 1 quả chuối đông lạnh

- 1 cốc quả việt quất

- 1 cốc nho không hạt

- Một số ít cải rổ, không có cuống và cuống.

- ½ cốc nước đá hoặc đá viên

Hướng:

a) Cho tất cả nguyên liệu này vào máy xay và xay nhuyễn cho đến khi thành sinh tố. Cái này rất tốt.

b) Tất cả sự kết hợp hương vị đó sẽ tạo nên một bữa trưa ngon miệng.

77. Sinh Tố Xoài Xanh

Thành phần:

- 1 quả chuối đông lạnh
- 1 quả xoài, thái lát
- 2 nắm rau bina Baby
- 1 cốc nước đá

Hướng:

a) Cho tất cả nguyên liệu này vào máy xay và xay nhuyễn cho đến khi mịn

78. Sinh tố xanh thơm ngon cay

Thành phần:

- $\frac{1}{2}$ cốc sữa hạnh nhân vani nguyên chất

- 1 quả chuối

- một chút quế

- 1 nắm rau chân vị t

- 1 thìa bột whey

- 1 cốc đá

Hướng:

a) Thêm tất cả các thành phần này vào máy xay và xay nhuyễn cho đến khi mị n.

79. Sinh tố xanh đa năng

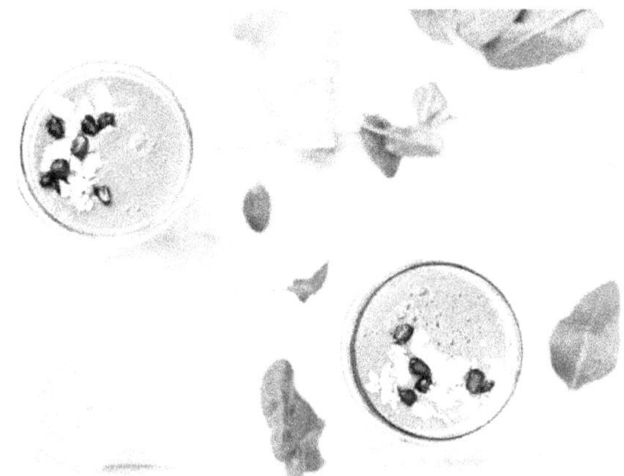

Thành phần:

- 1 quả chuối

- 1 quả táo cắt lát

- 1 quả lê cắt lát

- 1 cọng cần tây, cắt nhỏ

- ½ quả chanh

- 2 nắm rau chân vị t

- 1 nắm xà lách Romaine

- Một ít mùi tây

- Một ít rau mùi

- 1 cốc đá

Hướng:

a) Cho tất cả nguyên liệu vào máy xay rồi vắt chanh vào. Xay nhuyễn cho đến khi mị n.

80. Sinh Tố Trà Xanh

Thành phần:

- 1 cốc trà xanh
- 1 củ cà rốt
- 1 quả chuối
- 2 nắm cải xoăn (không có thân hoặc cuống)
- Vài viên đá

Hướng:

a) Thêm tất cả nguyên liệu vào máy xay và xay nhuyễn cho đến khi mị n. Đây là một lựa chọn tuyệt vời cho bữa trưa.

81. Sinh tố chanh dưa leo xanh

Thành phần:

- 1 quả dưa chuột

- 1 quả lê, thái lát

- 4 cọng cần tây

- 1 quả chanh gọt vỏ

- $\frac{1}{2}$ cốc nước đá

Hướng:

a) Cho tất cả nguyên liệu này vào máy xay và xay nhuyễn cho đến khi mị n.

b) Lựa chọn hoàn hảo cho bữa trưa; cái này sẽ cung cấp cho bạn năng lượng cần thiết cho phần còn lại của buổi chiều.

82. Sinh Tố Hạt Điều Xanh

Thành phần:

- 1 cốc nước dừa
- ½ chén hạt điều
- 1 quả chuối
- 2 ngày
- 1 thìa hạt lanh
- Một nắm rau bina

Hướng:

a) Thêm tất cả nguyên liệu vào máy xay và xay nhuyễn cho đến khi mị n.

b) Món này rất ngon và hạt điều mang lại cho nó một điều gì đó đặc biệt. Lựa chọn tuyệt vời cho bữa trua

83. Sinh Tố Cam Xanh

Thành phần:

- 1 quả chuối
- 5 quả dâu tây lớn
- $\frac{1}{2}$ cốc cam bóc vỏ
- $\frac{1}{2}$ chén táo cắt lát
- Một ít hạt lanh
- 2 nắm rau chân vị t
- 1 cốc nước đá

Hướng:

a) Trộn tất cả nguyên liệu vào máy xay và xay nhuyễn cho đến khi mị n.

b) Món này thật tuyệt vời và hoàn hảo cho bữa trưa.

84. Sinh tố trái cây và xanh

Thành phần:

- 1 hộp nhỏ Sữa chua Hy Lạp nguyên chất
- 1/2cup Bột Protein Tự Nhiên
- ½ cốc quả việt quất
- ½ chén đào, thái lát
- ½ cốc dứa, thái lát
- ½ cốc dâu tây
- ½ cốc xoài, thái lát
- 1 nắm cải xoăn (bỏ cuống và cuống)
- ½ cốc nước đá

Hướng:

a) Thêm tất cả các thành phần này vào máy xay và xay nhuyễn cho đến khi mị n.

b) Cái này nằm ngoài thế giới này.

85. Sinh Tố Gừng Xanh

Thành phần:

- Một nắm nhỏ rau mùi tây

- 1 quả dưa chuột, thái lát

- 1 quả chanh gọt vỏ

- 1 inch củ gừng

- 1 cốc táo đông lạnh

- 1 nắm cải xoăn (không có thân và cuống)

- $\frac{1}{2}$ cốc nước đá

Hướng:

a) Trộn tất cả các thành phần này vào máy xay và xay nhuyễn cho đến khi mị n. Cái này là rất tốt.

b) Tất cả những thành phần này kết hợp với nhau thật tuyệt vời. Lựa chọn tốt cho bữa trưa

86. Dua Xanh Lắc

Thành phần:

- ½ cốc quả anh đào đen, bỏ hạt
- 1 quả chuối
- Một nắm cải xoăn, cắt nhỏ
- ½ cốc quả việt quất
- ½ chén dưa xanh
- ½ cốc nước dừa
- ½ cốc đá viên

Hướng:

a) Cho tất cả nguyên liệu này vào máy xay và xay nhuyễn cho đến khi mị n. Cái này là rất tốt.

b) Tất cả các hương vị đều tuyệt vời cùng nhau.

87. Sinh Tố Xanh Dừa Hạnh Nhân

Thành phần:

- 1 cốc sữa chua dừa hạnh nhân
- bó rau mùi
- Một nắm rau bina
- Bơ, thái lát
- 1 cốc quả việt quất, dâu tây hoặc quả mâm xôi
- 1 quả xoài, thái lát
- ½ cốc nước dừa
- Một nhúm muối biển
- Nước đá

Hướng:

a) Thêm tất cả nguyên liệu vào máy xay và xay nhuyễn cho đến khi mị n. Thêm nước khi cần thiết. Đây là một loại sinh tố xanh thơm ngon với hương vị tuyệt vời.

b) Tất cả hỗn hợp hương vị này là một thức uống tuyệt vời.

88. Sinh Tố Xanh Tươi Mát

Thành phần:

- 1 cốc dứa, cắt nhỏ

- 1 quả chuối đông lạnh, cắt nhỏ

- 1 quả xoài, thái lát

- $\frac{1}{2}$ cốc nước đá

- Một ít rau bina bé

Hướng:

a) Thêm tất cả nguyên liệu vào máy xay và xay nhuyễn cho đến khi mịn. Món này thực sự rất ngon và sảng khoái.

b) Đây là sự lựa chọn tuyệt vời cho bữa trưa.

MÓN SINH DETOX CHO BỮA TỐI

89. Sinh Tố Xanh Mâm Xôi Bạc Hà

LÀM: 2 phần ăn

Thành phần:

- $1\frac{1}{2}$ cốc (78g) Rau bồ công anh

- $\frac{1}{4}$ cốc (23g) bạc hà cắt nhỏ

- $2\frac{1}{2}$ cốc (308g) quả mâm xôi đông lạnh

- 1 Medjool đọ sức Ngày

- 2 thìa hạt lanh xay

- Nước tinh khiết

Hướng:

a) Thêm tất cả các thành phần ngoại trừ nước tinh khiết vào cốc cao. Thêm nước theo ý muốn đồng thời đảm bảo nước không vượt quá vạch tối đa .

b) Xử lý cho đến khi mị n.

90. Sinh Tố Sữa Rửa Mặt Berry

LÀM: 2 phần ăn

Thành phần:

- 3 lá củ cải Thụy Sĩ, bỏ cuống

- $\frac{1}{4}$ cốc (28g) quả nam việt quất chín

- 2 cốc (288g) quả việt quất

- 1 Medjool đỏ sức Ngày

- 2 thìa hạt lanh xay

- Nước tinh khiết

Hướng:

a) Thêm tất cả các thành phần ngoại trừ nước tinh khiết vào cốc cao. Thêm nước theo ý muốn đồng thời đảm bảo nước không vượt quá vạch tối đa .

b) Xử lý cho đến khi mị n.

91. Sinh tố xoắn xanh

LÀM: 2 phần ăn

Thành phần:

- 1 cốc (67g) Cải xoăn, bỏ cuống, bỏ xương sườn và cắt nhỏ

- 1 cốc (55g) lá bồ công anh

- 1 quả cam, gọt vỏ, bỏ hạt và cắt nhỏ

- 2 cốc (288g) dâu tây

- 2 quả Kiwi, gọt vỏ và cắt nhỏ

- ½ thìa nước cốt chanh

- Nước tinh khiết

Hướng:

a) Thêm tất cả các thành phần ngoại trừ nước tinh khiết vào cốc cao. Thêm nước theo ý muốn đồng thời đảm bảo nước không vượt quá vạch tối đa .

b) Xử lý cho đến khi mị n.

92. Sinh tố xanh Pina Colada

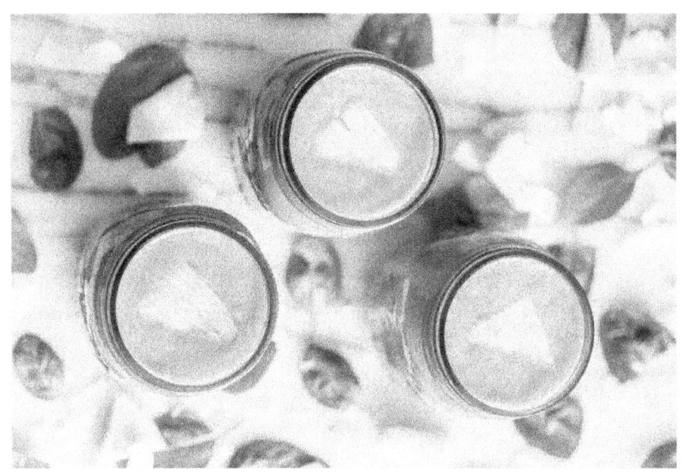

LÀM: 2 phần ăn

Thành phần:

- 2 cốc (76g) củ cải xanh

- 1 cốc (166g) dứa tươi, cắt nhỏ

- 1 cốc (144g) quả việt quất

- 1 muỗng canh hạt lanh xay

- 1 muỗng canh dầu dừa hữu cơ

- 1 cốc (240ml) nước dừa

- Nước tinh khiết

Hướng:

a) Thêm tất cả các thành phần ngoại trừ nước tinh khiết vào cốc cao. Thêm nước theo ý muốn đồng thời đảm bảo nước không vượt quá vạch tối đa .

b) Xử lý cho đến khi mịn.

93. Cải xoong Cranberry mát

LÀM: 2 phần ăn

Thành phần:

- 2 cốc (70g) cải xoong

- ¼ cốc (28g) quả nam việt quất tươi chín

- 1 quả chuối chín, thái lát

- 1 quả cam, gọt vỏ và cắt nhỏ

- 1 Medjool ngày đỏ sức (tùy chọn)

- 1 thìa bột cỏ lúa mì

- Nước tinh khiết

Hướng:

a) Thêm tất cả các thành phần ngoại trừ nước tinh khiết vào cốc cao. Thêm nước theo ý muốn đồng thời đảm bảo nước không vượt quá vạch tối đa.

b) Xử lý cho đến khi mịn.

94. Sinh tố nho dâu

LÀM: 2 phần ăn

Thành phần:

- 2 cốc (60g) rau bina tươi, bỏ cuống và cắt nhỏ

- ½ cốc (46g) nho xanh không hạt

- 1 cốc (124g) quả mâm xôi

- 1 ngày Medjool (tùy chọn)

- 2 thìa hạt Chia

- 1 muỗng cà phê bột quế hữu cơ

- Nước tinh khiết

Hướng:

a) Thêm tất cả các thành phần ngoại trừ nước tinh khiết vào cốc cao. Thêm nước theo ý muốn đồng thời đảm bảo nước không vượt quá vạch tối đa .

b) Xử lý cho đến khi mị n.

95. Sinh tố xanh gừng việt quất

LÀM: 2 phần ăn

Thành phần:

- 2 cốc (60g) rau chân vị t

- 2 cốc (288g) quả việt quất

- 1 quả chuối chín, thái lát

- Củ gừng 1 inch (2cm), rửa sạch và cắt nhỏ

- 2 cốc (480ml) nước dừa hữu cơ

- Nước tinh khiết (tùy chọn)

Hướng:

a) Thêm tất cả các thành phần ngoại trừ nước tinh khiết vào cốc cao. Thêm nước theo ý muốn đồng thời đảm bảo nước không vượt quá vạch tối đa .

b) Xử lý cho đến khi mị n.

96. Sinh Tố Bơ Táo Xanh

LÀM : 2 phần ăn

Thành phần:

- 2 cốc (76g) rau xanh

- 1 quả táo xanh, bỏ lõi và cắt nhỏ

- 1 lát (100g) bơ

- $\frac{1}{2}$ cốc (46g) nho đỏ

- $\frac{1}{2}$ cốc (77g) quả việt quất

- $\frac{1}{2}$ thìa nước cốt chanh

- Nước tinh khiết

Hướng:

a) Thêm tất cả các thành phần ngoại trừ nước tinh khiết vào cốc cao. Thêm nước theo ý muốn đồng thời đảm bảo nước không vượt quá vạch tối đa .

b) Xử lý cho đến khi mịn.

97. Chia Thụy Sĩ kiểu dáng đẹp

LÀM : 2 phần ăn

Thành phần:

- $\frac{1}{2}$ cốc (30g) mùi tây tươi

- $1\frac{1}{2}$ cốc (54g) củ cải Thụy Sĩ, cắt nhỏ

- 2 quả đào chín, bỏ hạt và cắt nhỏ

- 1 ngày Medjool

- 1 cốc (144g) dâu tây

- 2 thìa hạt Chia

- Nước tinh khiết

Hướng:

a) Thêm tất cả các thành phần ngoại trừ nước tinh khiết vào cốc cao. Thêm nước theo ý muốn đồng thời đảm bảo nước không vượt quá vạch tối đa .

b) Xử lý cho đến khi mị n.

98. Sinh tố sức mạnh mùa xuân xanh

LÀM : 2 phần ăn

Thành phần:

- 2 cốc (76g) rau xanh

- 1 quả xoài chín, cắt hạt lựu

- 1 quả cam, gọt vỏ, bỏ hạt và cắt nhỏ

- 1 cốc (124g) quả mâm xôi

- 2 thìa hạt Chia

- 1 muỗng canh hạt lanh xay

- Nước tinh khiết

Hướng:

a) Thêm tất cả các thành phần ngoại trừ nước tinh khiết vào cốc cao. Thêm nước theo ý muốn đồng thời đảm bảo nước không vượt quá vạch tối đa .

b) Xử lý cho đến khi mịn.

99. Sinh Tố Coco Berry Xanh

LÀM : 2 phần ăn

Thành phần:

- 2 cốc (72g) củ cải Thụy Sĩ, rách

- ½ cốc (83g) miếng dứa, thái lát

- 1 cốc (144g) quả việt quất

- 1 cốc (152g) dưa ngọt, cắt nhỏ

- 1 muỗng canh dầu dừa nguyên chất

- Nước tinh khiết

Hướng:

a) Thêm tất cả các thành phần ngoại trừ nước tinh khiết vào cốc cao. Thêm nước theo ý muốn đồng thời đảm bảo nước không vượt quá vạch tối đa .

b) Xử lý cho đến khi mị n.

100. Sinh Tố Goji Berry Hỗn Họp

LÀM : 2 phần ăn

Thành phần:

- 2 cốc (110g) Xà lách romaine, xắt nhỏ

- 1 quả chuối chín, thái lát

- $\frac{1}{4}$ cốc (30g) quả kỷ tử

- 1 cốc (144g) quả mọng hỗn hợp

- Củ gừng 1 inch (2,5 cm)

- Nước tinh khiết

Hướng:

a) Thêm tất cả các thành phần ngoại trừ nước tinh khiết vào cốc cao. Thêm nước theo ý muốn đồng thời đảm bảo nước không vượt quá vạch tối đa .

b) Xử lý cho đến khi mị n.

PHẦN KẾT LUẬN

Bắt đầu buổi sáng của bạn với một ly sinh tố xanh có thể giúp tạo ra một tâm trạng tuyệt vời cho cả ngày. Hầu hết các loại sinh tố giải độc này chỉ chứa 100 calo mỗi khẩu phần, vì vậy bạn sẽ muốn kết hợp nó với một thứ khác, chẳng hạn như một quả trứng hoặc một ít bơ đậu phộng trên bánh mì nướng làm từ lúa mì nguyên hạt, nếu đó là một bữa ăn. Bạn cũng có thể thưởng thức nó như một món ăn nhẹ. Sinh tố chứa nhiều siêu thực phẩm giàu chất chống oxy hóa và chúng có vị ngọt tự nhiên để xoa dịu cơn thèm đường của bạn mà không cần thêm đường.